ഒരു കപ്പ് ചായ

oru cuppu chaya
poems

•

chintha pravasi puraskaram
theranjedutha kavithakal

•

first edition
october 2016

•

published
chintha publishers, thiruvananthapuram

•

typesetting
minerva graphotechs, attukal

•

printed

•

cover
midas

വിതരണം

ദേശാഭിമാനി ബുക്ക് ഹൗസ്

H O തിരുവനന്തപുരം–695 035
phone: 0471-2303026, 6063026
www.chinthapublishers.com
chinthapublishers@gmail.com

ബ്രാഞ്ചുകൾ

ഹെഡ്ഡാഫീസ് ബ്രാഞ്ച് കുന്നുകുഴി • സ്റ്റാച്യു തിരുവനന്തപുരം • കെ എസ് ആർ ടി സി ബസ് സ്റ്റേഷൻ ആലപ്പുഴ • കെ എസ് ആർ ടി സി ബസ് സ്റ്റേഷൻ എറണാകുളം • മച്ചിങ്ങൽ ലെയ്ൻ തൃശൂർ • ഐ ജി റോഡ് കോഴിക്കോട് • മാവൂർ റോഡ് കോഴിക്കോട് • എൻ ജി ഒ യൂണിയൻ ബിൽഡിങ് കണ്ണൂർ • സെൻട്രൽ ബസ് ടെർമിനൽ കോംപ്ലക്സ് താവക്കര കണ്ണൂർ

CO - 2427 / 3978
ISBN - 978-93-86112-97-2

ഒരു കപ്പ് ചായ

(കവിതകൾ)

ചിന്ത പ്രവാസി സാഹിത്യ പുരസ്കാരം
തെരഞ്ഞെടുത്ത കവിതകൾ

ചിന്ത പബ്ലിഷേഴ്സ്
തിരുവനന്തപുരം-695 035
വില: ₹ 70

ഉള്ളടക്കം

പ്രസാധകക്കുറിപ്പ്

ചിന്ത പബ്ലിഷേഴ്സ് ഏർപ്പെടുത്തിയ പ്രവാസി കവിതാ പുരസ്കാരത്തിന് ലഭിച്ച കൃതികളിൽനിന്നും ഷോർട്ട് ലിസ്റ്റു ചെയ്യപ്പെട്ടവയാണ് ഈ സമാഹാരത്തിൽ ഉൾക്കൊള്ളിച്ചിരിക്കുന്നത്.

മനുഷ്യജീവിതത്തിലെ ഉജ്ജ്വലമായ അദ്ധ്യായങ്ങളാണ് പലായനങ്ങളും പ്രവാസവും. വ്യക്തികൾക്ക് ചങ്കു പിളരുന്ന അനുഭവമായിരിക്കുമ്പോൾത്തന്നെ ഈ അവസ്ഥകൾ മാനവസംസ്കൃതിയുടെ വ്യാപനത്തിനും സാംസ്കാരിക വിനിമയങ്ങൾക്കും സഹായകരമായി. കടൽ കടന്ന മലയാളികളാണ് കവിതകൾ അയച്ചവരിൽ ഏറെയും. അവരുടെ കവിതകളിൽ ജീവിതത്തിന്റെ ഉപ്പുണ്ട്, വിയർപ്പുണ്ട്, ഉള്ളിൽ തുടിക്കുന്ന ജീവിതമുണ്ട്.

ചിന്ത പബ്ലിഷേഴ്സ്

മരണപത്രം*

രമേഷ് പെരുമ്പിലാവ്

കർണ്ണകുണ്ഡലങ്ങൾ
മാതാവിനും
യൗവനം പിതാവിനും
പുത്രധർമ്മം പുലർത്താൻ

കണ്ണുകൾ
ധൃതരാഷ്ട്രർക്കും
മിന്നും തൊലിവെളുപ്പ്

* പുരസ്കാരത്തിന് അർഹമായ കവിത

അനുജൻ പാണ്ഡുവിനും

കൈകൾ രണ്ടും
ബാഗ്ദാദിലെ ബാലന്
വലതുകൈപ്പത്തിയൊഴികെ
അത്, ഗുരുദക്ഷിണ അദ്ധ്യാപകന്

കാലുകൾ മുട്ടിനു താഴെ
മൊഹ്സിൻ മഖ്മൽബഫിന്റെ
കാണ്ഡഹാറിലെ നായകൻ
ഹമിദുള്ളക്ക്

രക്തം സംസ്കരിച്ചെടുത്ത വീഞ്ഞ്
ദെസ്തേവസ്കിക്കും, ജോണിനും, അയ്യപ്പനും
മറ്റരാജകവാദികൾക്കും

എല്ലാ പ്രണയവും
കാതിലേക്ക് ചുരുട്ടിപ്പിടിച്ച
പ്രണയിനികൾക്ക്
ചെവികൾ മുറിച്ചു നല്കി
വാൻഗോഗാകണമെനിക്ക്

ഹൃദയം നെടുകെ ഛേദിച്ച് മഞ്ഞപ്പൂമ്പാറ്റകളെ
മക്കൊണ്ടയിലേക്ക് പറത്തിവിടുക
ശേഷിക്കുന്ന പുറന്തോട്
ധർമ്മപത്നിക്ക് ചെവിയിൽ ചൂടാം

അത്യാഗ്രഹം, ചതി, ഉളുപ്പില്ലായ്മ
ഇത്യാദികൾ ഊറ്റിക്കളയാതെ
തലച്ചോറ് രാഷ്ട്രീയ ദല്ലാളർക്ക്
തളം വെക്കുക

ജീവകണം
സ്റ്റീഫൻ വില്യം ഹോക്കിൻസിന്റെ
പരീക്ഷണ ഭൂമികയിലേക്ക്
സന്ദേശമായി അയയ്ക്കുക.

ബോധം സിദ്ധാർത്ഥന്
പുരുഷത്വം ശിഖണ്ഡിക്ക്

വിഡ്ഢിത്വം ചാണക്യന്
വിവേകം കോഴിക്കോട്ടെ നൗഷാദിന്

ഹിംസയും അഹിംസയും
വേർതിരിച്ചെടുത്ത്
യഥാക്രമം
ഗാന്ധിക്കും ഹിറ്റ്ലർക്കും.

ആയുസ്സ്
ഈജിപ്റ്റിലേയും
പാലസ്തീനിലേയും
യെമനിലേയും അരക്ഷിതർക്ക്.

നീതി
സിസ്റ്റർ അഭയയ്ക്ക്
ചേകന്നൂർ മൗലവിക്ക്
ശാശ്വതീകാനന്ദ സ്വാമികൾക്ക്

കരുണ
പെരുമ്പാവൂരിലെ, ദില്ലിയിലെ, ഷൊർണ്ണൂരിലെ
ചങ്കിൽ കുരുങ്ങിപ്പിടഞ്ഞ
എണ്ണിയാലൊടുങ്ങാത്ത സ്ഥലനാമ നിലവിളികൾക്ക്.

മതം
മാധവിക്കുട്ടിക്കും ചുള്ളിക്കാടിനും
വോട്ടുബാങ്കിനും
തരാതരംപോലെ പ്രയോജനപ്പെടുത്താം.

സ്വാതന്ത്ര്യം
എം എം കൽബുർഗിക്ക്
നരേന്ദ്ര ധോൽക്കറിന്
ഗോവിന്ദ് പൻസാരക്ക്
പെരുമാൾ മുരുകന്

ജാതി
ചോദിക്കരുത് ഗുരോ

അത് എസ് എൻ ഡി പി യോഗത്തിന്
തിരിച്ചു കൊടുത്ത്, രസീത് കൈപ്പറ്റി.

സമ്പത്ത്
മാർക്സിനും
ഏംഗൽസിനും
സോഷ്യലിസ്റ്റ് സ്റ്റാലിനും.

വസ്ത്രങ്ങൾ
വിയറ്റ്നാമിലെ കിം ഫുക്കിന്
(കത്തിക്കരിഞ്ഞ കൈകൾ അകറ്റിപ്പിടിച്ച്,
ദയനീയമായി നിലവിളിച്ച്
ജീവിതത്തിലേക്ക് ഓടിക്കയറിയ
നഗ്നയായ പെൺകുരുന്നിന്)

കണ്ണുനീർ
ഓരോ തുള്ളിവീതം
നാല്പത്തിയൊന്ന്
നദികൾക്കും ശേഷിക്കുന്ന മരങ്ങൾക്കും.

ബാക്കിയാവുന്ന ചാരം
ഒഴുക്കാൻ പുഴ തിരഞ്ഞ്
അലയേണ്ടതില്ല
ഫീനിക്സ് പക്ഷി വരികതന്നെ ചെയ്യും.

വെയിൽ സ്തംഭങ്ങൾ

റ്റി എ ശശി

ബലിവെയ്ക്കപ്പെട്ട
എല്ലാ കുഞ്ഞുങ്ങളുടേയും
കണ്ണുകൾ ഉരുകിച്ചേർന്ന്
കണ്ണീർ ഗോളമായ്
പ്രപഞ്ചത്തിലെവിടെയോ
കുടിവെക്കാനിടം
തേടിയുഴലുമ്പോൾ
ഒഴിഞ്ഞു മാറുന്ന ദൈവമേ!

വേണ്ട ഞങ്ങൾക്ക്
നിരപരാധികളുടെ
രക്തം ബാഷ്പീകരിച്ച്
ജലമോ തണലോ ആക്കി
നീ തരും മേഘങ്ങളെ.

വെയിൽ തന്നെ ജലമായും
അന്നമായും ഞങ്ങൾക്കു തരിക;
അതിനായുറയട്ടെ
പ്രാർത്ഥനകൾ.

വെയിൽ സ്തംഭങ്ങളായ്
ഞങ്ങൾ വളരുമ്പോൾ
ഉച്ചിയിൽ കെട്ടണം

മരുഭൂമി പറയുന്നത്

മണ്ണഞ്ചേരി സിയാദ്

സൂര്യന്റെ തീക്ഷ്ണ പ്രണയം-
ഏറ്റു വാങ്ങുമ്പോഴാണ്-
ഉടൽ മണൽത്തിരകളാൽ-
ഞൊറിഞ്ഞുടുക്കപ്പെടുന്നത്...

ഒരാഴക്കടലിന്റെ അലയൊലി-
ഉള്ളിലുണ്ട്...
കറക്കക്കാറ്റിന്റെ മൂളക്കത്തിൽ
അതെന്നും നേർത്ത് നേർത്ത്-
ഇല്ലാതാവും വരെ...

രാത്രിയെറിഞ്ഞു തരുന്ന-
നിലാവുടയാട ചുറ്റി മയങ്ങുമ്പോൾ,

'നാളെ'യുടെ മായാ കാഴ്ചയിലേക്ക്-
മരീചികയിലേക്ക്
അക കണ്ണ് തുറക്കും...

അങ്ങനെ...

പരസ്പര വിരുദ്ധമായ-
അവസ്ഥകളുടെ വൈരുദ്ധ്യങ്ങളിൽ
സമരസപ്പെട്ട്,-

ഒരു മഴയുടെ ആരവത്തിനായ്,
കാതോർത്ത്...
ഇങ്ങനെ...!

ഉഷ്ണമേഖലയിലെ ഉരഗങ്ങൾ

പ്രദീപ് എ കെ

എപ്പോൾ മുതലാണ് നാം,
വിളക്കണയുമ്പോൾ മാത്രം,
സംസാരിക്കുകയും മാംസങ്ങൾ
പങ്കുവയ്ക്കുകയും ചെയ്യുന്ന,
മാംസ പിണ്ഡങ്ങളായി തീർന്നത്...
ചേതനയില്ലാത്ത നിഴലുകളിൽ
ഫണം വിടർത്തിയാടിയതു,
ദാഹം മാത്രമായപ്പോൾ
പ്രണയം നെയ്‌വിളക്കിൽ വീണ,
ഈയാംപാറ്റയെ പോലെ പിടയുകയായിരുന്നു...
ഗ്രീഷ്മ കാലങ്ങളിൽ ഞാനഭയം,
തേടിയിരുന്ന നിന്റെ ഹിമശരീരങ്ങൾ
ഇന്ന്; കനലുപോലെ ചുട്ടു പൊള്ളുകയാണ്...
വരണ്ടുണങ്ങിയ വേനൽ ബാക്കിവെച്ച,
ഉഷ്ണ കാടുകളിൽ ഒടുവിലത്തെ,

തളിരലയും ഇതളരടുമ്പോൾ,
ഇരുളനക്കങ്ങളിൽ എന്നിൽ
നിന്നടർന്നുപോയ കണ്ണുനീരു,
ഒടുവിൽ നീ പുറംതള്ളിയ,
മദജലത്തിൽ ഒഴുകിയില്ലാതായപ്പോൾ
ഞാൻ എന്ന അരുവി തന്നെ,
സ്വയം; താപം ഘനീഭവിച്ച കടലിടുക്കിലേക്ക്,
ഒഴുകി അവസാനിക്കുകയായിരുന്നു...

പ്രാണവര

നികിത ഷൈൻ

ഒറ്റക്കൊരുടൽ
ചാവുകെന്ന
തോന്നലിന്റെ
ആദ്യത്തെ
ബിന്ദുവിൽ
സൂചി കോർക്കുന്നു...
വിഭ്രാന്തിയുടെ മിന്നാരങ്ങൾ
മിനുസപ്പെടുന്നു...
എങ്ങു നിന്നോ,
ഒരേകാന്ത താളം...
വിരലിനോട്
ചേരുന്നു...
ഓരോ നോവും
കോർക്കപ്പെടുന്നു...
നൂലിടങ്ങളിൽ
പൊടിയുന്ന ചോര!!!
ഒടുവിലത്തെ

സൂചിയിറക്കത്തിൽ
ഉടൽ...
തുന്നൽ ചിത്രത്തിൽ
വെറുതെയൊന്നു
വിരലോടിക്കുന്നു
അതാ...
പൂമ്പാറ്റകൾ
കോർക്കപ്പെട്ട
ഓരോ
നോവിൽ നിന്നും
ഓരോരോ
പൂമ്പാറ്റകൾ
നിറയെ പൂമ്പാറ്റകൾ...
പല നിറങ്ങളിൽ
പൂമ്പാറ്റകൾ...
ഉടൽ,
ഒരു
ചിരിയെ
പൂപോലെ
ഇതളിതളായി
വിടർത്തുന്നു...

അവധൂതന്റെ പാട്ട്

സോണി

പരാജിതരുടെ ജീവിതം കറുത്ത കവിതയാണ്
അതിന് നേരെയവൻ തല ഉയർത്തിപ്പിടിക്കുമ്പോൾ
ജീവിതം അതിന്റെ മുൻകാലുകൾ താഴ്ത്തി അവനെ പുറത്തേറ്റുന്നു!

ഒരായുസ്സു കൊണ്ട് അവൻ പട്ടം പറത്തുന്നു
കാറ്റതിന്റെ പുകക്കുഴലുകൾ കൊണ്ട് അവന്റെയാ വഴിമുറിക്കുന്നു.
ഭയം അതിന്റെ നിഴലുകൾകൊണ്ട് അവനെ ബന്ധിച്ചിടുന്നു
ഓരോ വാതിലുകളും അതിന്റെയാ കടുപ്പം കൊണ്ട്
അടഞ്ഞതെന്ന് കബളിപ്പിക്കുന്നു
ധൃതിയിൽ നടക്കുന്നതിനിടയിൽ
എല്ലാവരും പിന്നിലാക്കിയ കുട്ടിമാത്രമാണവൻ

ചിന്തകളുടെയാ കൂർത്ത തുമ്പുകൊള്ളുമ്പോഴും
സ്വസ്ഥമായി പുഞ്ചിരി ചാർത്തി നില്ക്കുന്ന
ഒരു മനസ്സിനെ നട്ടുകൊള്ളുക.
വെളുത്ത പൂവിന്റെ സുഗന്ധം പോലെ അത് ഹൃദ്യമാണ്.
ശത്രുവിനെ എന്നപോലെ മിത്രത്തെയുമത് അതിശയിപ്പിക്കുന്നു.

തന്റെ പേരു കൊണ്ട് കടുത്ത ഹാസ്യമെഴുതി,
നിശ്ശബ്ദത കൊണ്ടും ഒച്ചകൾകൊണ്ടും ചിലർ
കറുപ്പെന്നത് ചുവപ്പെന്നതിലേക്ക്
വിവർത്തനം ചെയ്തുകൊണ്ടിരിക്കുന്നുണ്ട്.
ജയിച്ചവന്റെ പാട്ടെന്ന് പാടുന്നുണ്ട്.

ചില നിശ്ശബ്ദതകൾ വലിയ ശബ്ദങ്ങളാകുന്നത് അങ്ങനെയാണ്!

തോന്നുന്നു

ടി പി വിനോദ്

ഒരു കപ്പ് ചായ
ചൂടാറിക്കൊണ്ട്
കാലഹരണത്തെപ്പറ്റി
എന്തോ ഒന്ന്
ആവിഷ്കരിക്കുന്നു
എന്ന് തോന്നുന്നു.

മേശപ്പുറത്ത് അത്
താപഗതികത്തിന്റെ
ഒരു ഇൻസ്റ്റലേഷനാവുന്നു.

എന്തോ ആവിഷ്കരിക്കയായതുകൊണ്ട്,
ആവിഷ്കാരത്തിൽ മുഴുകിയിരിപ്പതുകൊണ്ട്,
ചലനാത്മകമായതുകൊണ്ട്,
എന്തോ ലക്ഷ്യം വച്ചുള്ള ചലനമായതുകൊണ്ട്,
അതിന് ജീവനില്ല എന്ന് വിചാരിക്കാൻ പറ്റുന്നില്ല.

ഒരു പക്ഷേ,
ആവിഷ്കാരവും ജീവനും തമ്മിലുള്ള
ഈ ബന്ധം തന്നെയാണ്
അതിന്റെ ആവിഷ്കാരമെന്ന് തോന്നുന്നു.

ശംബൂകൻ

ബെൻസി മോഹൻ

വേദം പകുത്തവർ,
പണ്ടേ വിധിച്ചു
നീയാണധമൻ
ശംബൂകൻ!

സ്മൃതികൾ രചിച്ചവർ,
അന്നും പറഞ്ഞു
നീയാണധമൻ
ശംബൂകൻ!

ചാതുർവർണ്ണ്യം ചമച്ചവർ
മണ്ണിൽ ശപിച്ചു
നീയാണധമൻ
ശംബൂകൻ!

അറിവിനായ് തപം ചെയ്വാൻ
അർഹത ഇല്ലാത്തോൻ
നീയാണധമൻ
ശംബൂകൻ!

ആര്യനും അരചനും അന്നം നല്കുവാൻ

വിയർപ്പിൽ രക്തം ചാലിച്ച്
മണ്ണിനെ പൊന്നാക്കി മാറ്റിയോൻ
നീയാണധമൻ, ശംബൂകൻ!

വേദം ശ്രവിച്ച ശൂദ്രന്റെ കാതിൽ
ഈയം ഉരുക്കി നിറയ്ക്കുന്ന
ആർഷഭാരത ഭൂവിലെന്നും
അടിമയായി തപിച്ചവൻ!

ബ്രാഹ്മണ പ്രീതിയ്ക്കായി
മര്യാദാ പുരുഷോത്തമൻ
തലവെട്ടി വീഴ്ത്തി
രക്തസാക്ഷിയായോൻ!

പശികൊണ്ട് വലഞ്ഞാലും
പശുവിന്റെ പേരിലും
ആര്യന്റെ സംഘശക്തിയാൽ
കൊല്ലപ്പെടുന്നവൻ!

ഞാൻ ശംബൂകൻ... വെറും ശംബൂകൻ
ഈ രാജ്യത്തു പിറന്നവൻ,

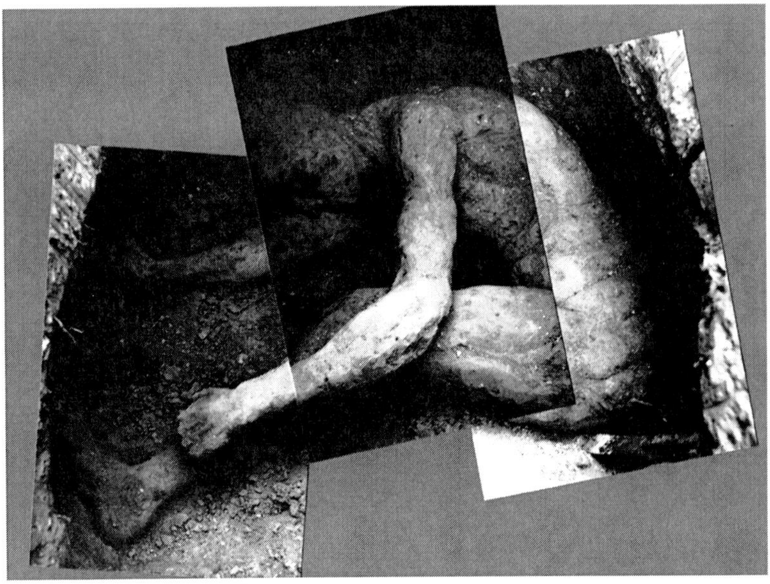

ഈ ഭൂവിൽ വളർന്നവൻ!

ഈ മണ്ണിന്റെ
നേരവകാശി ഞാൻ
ഈ രാജ്യം കെട്ടി
പടുത്തവൻ ഞാൻ!

ഞാനല്ലധമൻ...
നിങ്ങളാണധമർ.

പച്ചമനുഷ്യനെ
ജാതി ചുമത്തി
പച്ചയ്ക്കുകൊല്ലുന്ന
നരാധമന്മാർ!

ഞാനുണരുന്നു...
എൻ നാടുണരുന്നു...

ഇനിയില്ല നിങ്ങൾ തൻ
അധീശത്വ മന്ത്രങ്ങൾ
എന്റെ സിരകളെ
ബന്ധിക്കയില്ല.

നിന്റെ ഗോമാതാവിനെ
നീ തന്നെ കുഴിച്ചിടൂ
ഒന്നായി ഞാനലറുന്നു
ഈ കാലമലറുന്നൂ!

ബ്രഹ്മന്റെ പാദത്തിൽ
അല്ല എന്റെ ജന്മം...
ആര്യന്റെ പാദത്തിൽ
അല്ല എന്റെ ജീവിതം.

ആര്യ ആർഷ ഭാരതമല്ലയിത്
ശംബൂക ദ്രാവിഡ ഭാരതം
അടിമയായ് ഞങ്ങൾ
ശംബൂകർ പിടിച്ച ഭാരതം.

എന്റെ മണ്ണും, എന്റെ ആകാശവും

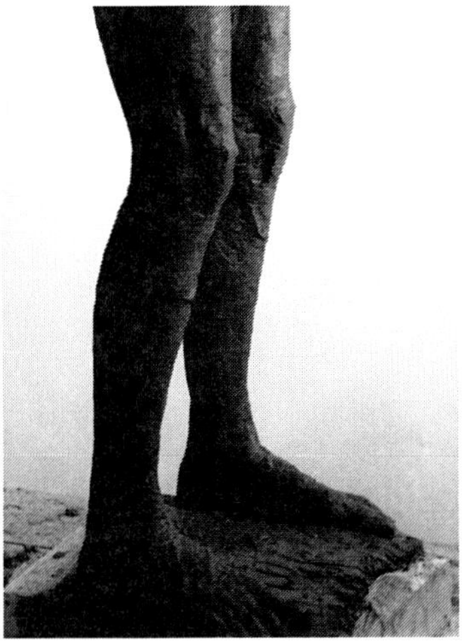

എന്റെ സംസ്കാരം, എൻ ഭൂമി
എന്റെ വാക്കും, എൻ ദൈവവും
എന്റെ രാജ്യം, എൻ ഭാരതം

തിരികെ പിടിക്കും
ഞങ്ങൾ തൻ ഭാരതം
മനുഷ്യനെ മനുഷ്യനായി
കാണുന്ന ഭാരതം

കരയില്ലാത്ത കടലുകൾക്കപ്പുറം
തൂവലുകളൊന്നായ് പൊഴിച്ച്,
ചില പക്ഷിക്കൂട്ടങ്ങൾ
ജീവിതം, സ്വാതന്ത്ര്യം എന്നുരുവിട്ട്.
സ്വയം ആകാശമായ്ത്തീരാറുണ്ടത്രേ.

കാട്ടു തീ പടരുംപോൽ,
രോഗാതുരമാകുന്ന ചേതനയോടെ,
പൂർണ്ണ വിശ്രാന്തി തേടി
ദൈവത്തിങ്കലേക്കെത്തിപ്പെടാൻ,
ശൂന്യതയിലേക്ക് പലായനം ചെയ്യുന്നവരെപ്പോലെ.

ചാണക്യ സൂത്രങ്ങളാൽ മെനഞ്ഞ
അരാഷ്ട്രീയതയുടെ ചൂണ്ടക്കൊളുത്തുമായ്
വിലപേശി വിലപേശിയൊടുവിൽ,
ചിരികളെ ഒറ്റികൊടുത്ത്,
നിലവിളികളാൽ പ്രപഞ്ചത്തെ അനാഥമാക്കുന്നുണ്ട്
പരാക്രമികളായ ചില മേൽ പ്രഭുക്കന്മാർ.

സ്നേഹം സത്യത്തിന്റെ മറുവാക്കാണെന്നറിഞ്ഞിട്ടും,
അലിവ് ആഢംബരമാകുമീ ലോകത്ത്,
എന്തുവരെ നേടാനായിരിക്കും
ഭൂപടത്തിലില്ലാത്ത വഴികൾ തെരഞ്ഞ്
അവർ മരണത്തേക്കാളാഴത്തിലേക്കിറങ്ങുന്നത്...?

മനസ്സാക്ഷില്ലാത്തവരുടെ തെരുവുകളിൽ
ഒറ്റ നിമിഷത്തിന്റെ കുതിപ്പുമായ്
കെട്ടുപോകാൻ മാത്രമാണോ
തിളക്കുന്ന യൗവനത്തിന്റെ തേരുത്സവങ്ങൾ...?

മതങ്ങളുടെ കൊടിയടയാളങ്ങൾക്കപ്പുറം
ചിന്തേരിടാത്ത ചിന്തകൾക്കപ്പുറം
മനുഷ്യനെക്കാണാനൊരു കണ്ണ് തീർക്കുക
ഇരുട്ട് വെളിച്ചത്തെ പ്രസവിക്കുന്ന കാലത്തോളം
ആത്മാവാണ് ശത്രുവെന്ന് തിരിച്ചറിഞ്ഞ്,
ജീവിതകാമനകളുടെ ഗന്ധം നുകരുക
വാർദ്ധക്യങ്ങളുടെ കൈ പിടിക്കുക
പ്രണയിനിയുടെ മടിത്തട്ടിൽ ചാഞ്ഞുറങ്ങുക
കുഞ്ഞുടുപ്പുകളെ നെഞ്ചിടിപ്പായ് ചേർത്തു വയ്ക്കുക
ജീവിതത്തിന്റെ കോലായ്പടിയിൽ
കാൽ നീട്ടിയിരുന്ന്, വിശപ്പ് പങ്കിടുക
അകംപുറം വേവൊത്തൊരു മൗനത്തെ യുദ്ധമാക്കി,
അനുഷ്ഠാന വിശുദ്ധിയോടെന്നപോൽ
പരമമായ സ്വാതന്ത്ര്യം തേടി
ഗർഭപാത്രത്തിലേക്ക് മടങ്ങിപ്പോവുക.

ഞാനയച്ചുതന്ന
ഈന്തപ്പഴങ്ങളോരൊന്നും
നീ കഴിക്കുന്നു
മധുരത്തിലൊളിച്ചിരിക്കുന്ന-
വെയിലിനെ അറിയാതെ
ഹാ! എന്തുമധുരമെന്ന് പറയുന്നു.

അതിലൊരെണ്ണത്തിന്റെ വിത്തെങ്കിലും
നിന്റെ മനസ്സിൽ പാകണം
മുളപ്പിച്ചെടുക്കണം
നട്ടുനനച്ചു, വളർത്തണം

അതൊരുമരമാകുമ്പോഴേക്കും
നീയൊരു വെയിലായിട്ടുണ്ടാകും
അത് പൂക്കും
കായ്ക്കും
കായകളെ നീ പഴുപ്പിച്ചെടുക്കും
ഈന്തപ്പഴങ്ങളോരോന്നും
നീ കഴിക്കുമ്പോൾ
മധുരത്തിലൊളിച്ചിരിക്കുന്ന-
വെയിലിനെ നീ അറിയും.
ആ മരത്തിനു നീ
നാടുകടത്തപ്പെട്ടവൻ
എന്ന് പേരിടണം.

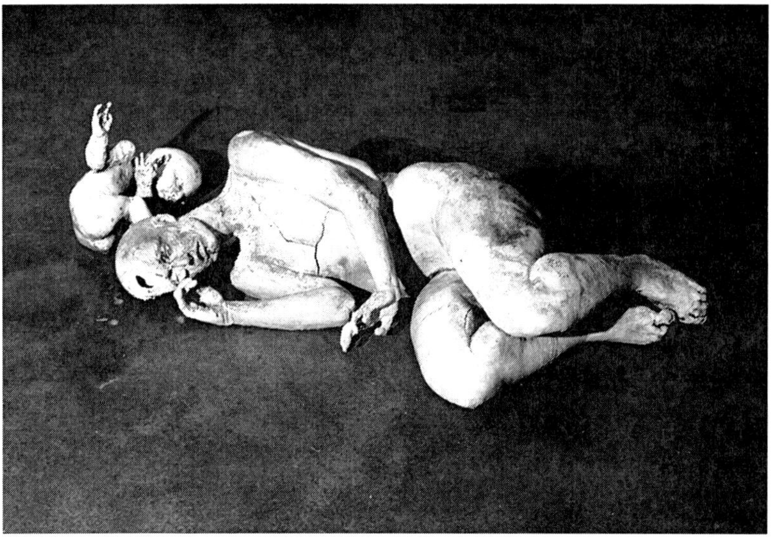

നീ എന്റെയൊരു അടയാളം മാത്രമാണ്

വനിതാ വിനോദ്

വളർത്തുന്നുണ്ട് ചുണ്ടിൽ
ഉമ്മയെന്ന് പേരിട്ടൊരു
ബലിമൃഗത്തെ
മുലക്കച്ചത്തടവിൽ
നിർത്താതെ ചുരത്തുന്നു
വായില്ലാ പശുക്കൾ.
അടിവസ്ത്രച്ചൂടിൽ,
അശ്ലീലം ഭയന്നൊരു
അകാല വാർദ്ധക്യം.
ഗ്രീഷ്മമിറ്റിച്ചിട്ട
ചുവന്ന പൂക്കളിൽ
അയിത്തം കറുക്കുമ്പോൾ,
നാപ്കിൻ പാഡുകൾ
ജലമൂറ്റുന്ന കോർപ്പറേറ്റെന്നും
തീണ്ടാരിത്തുണി ചുരുട്ടി
സമരാദർശം പുലമ്പരുത്,

ഒരു നുള്ള് ചോരയാൽ
അശുദ്ധി കൊത്തിയ
വാതിലാരുടേതാണ്
പ്രണയമെന്ന് പേരിട്ട്
നീ എയ്യുന്ന നുണകൾ
കണ്ണിൽ തറയ്ക്കുന്നു.
ഒന്നാം ലിംഗമെന്നാവേശം
ഒരോർമ്മത്തെറ്റാണ്,
എന്റെ അരക്കെട്ട്
താങ്ങി നില്ക്കുന്നുണ്ട്
ആണത്തം ചുരുണ്ടു കൂടുന്ന
ഒരു കംഗാരു സഞ്ചി.
നീ എന്റെയൊരു
അടയാളം മാത്രമാണ്!

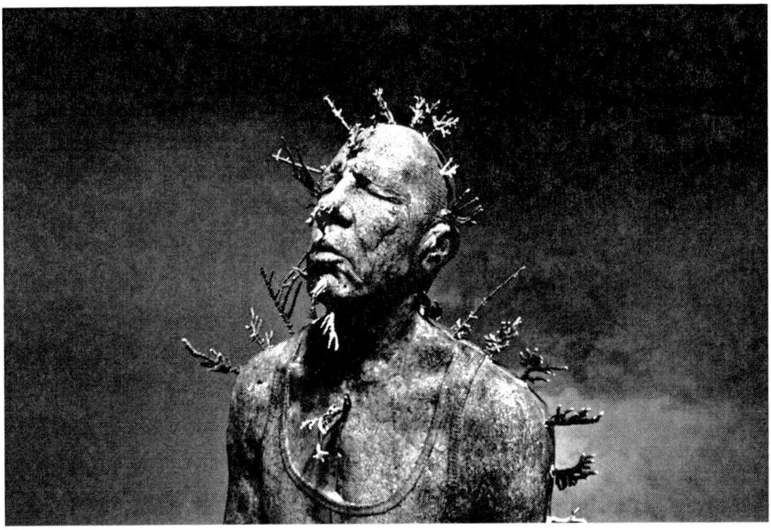

പ്രഭാതത്തിന് കറുപ്പ്

ഹനീഫ് പുല്ലിപ്പറമ്പ്

ഇതൊരു പുതിയ പ്രഭാതമാണ്
നാട്ടുകോഴികളൊന്നും കൂകിയില്ല
ചെമ്പരത്തിക്കൊമ്പിൽ
ഉണ്ണിമാങ്ങ പിറന്നിരിക്കുന്നു.

ഇന്ന് പെറ്റ പെണ്ണ്
കുഞ്ഞു കരയുന്നത് കേട്ടില്ല
അവൾ മുഷ്ടികൾ ചുരുട്ടി
മുദ്രാവാക്യം വിളിക്കുന്നു

നിങ്ങളുടെ
തൊണ്ടയിൽ പിടിയുള്ള
തേഞ്ഞ കോടാലികൾ
മരിച്ച കൊടുങ്കാറ്റുകളെ
നുറുക്കിക്കൊണ്ടിരിക്കുന്നു

ചീഞ്ഞചാലുകളിൽ പേര-
ധികരിച്ച ശതങ്ങളെ
നിങ്ങളുടെ പൗരുഷം
പേറിനായ്
പഠനം കാട്ടുന്നു.

ഇതൊരു പുതിയ പ്രഭാതമാണ്
ഇവിടെ ഇലകളിൽ
വേരു വളർന്നിരിക്കുന്നു
ഞാൻ മനുഷ്യനാണെന്നു
ഞെളിയുന്ന കുരങ്ങിന്റെ
പല്ലിൽ ചോര കിനിയുന്നു.

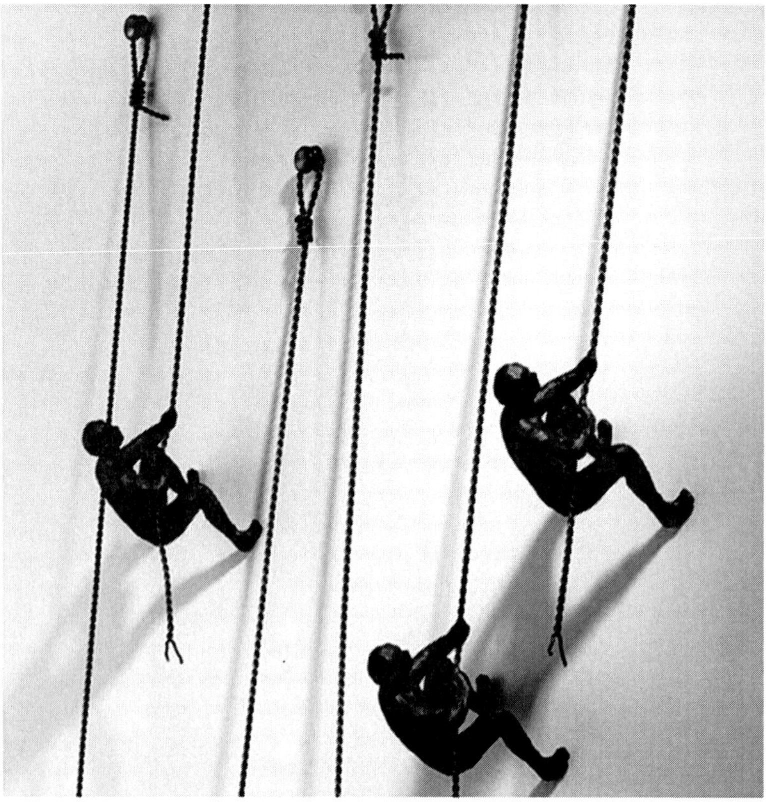

ഇത് കിനാവിന്റെ കാലമാണ്
ചാളകളിലിഴയുന്ന
ചേരകളുടെ കിനാവ്
നിങ്ങളുടേതാണ്
നിങ്ങളറിഞ്ഞതു ചെയ്യാൻ
നിങ്ങൾക്ക് കീ ജയ്കൾ വേണം
നിങ്ങൾ പറയുന്നത്
നിങ്ങൾക്കറിഞ്ഞുകൂടാത്ത
കാലത്തിന്റെ മാറ് മണക്കുന്ന
കുപ്പായത്തിന്റെ സത്യമാണ്
നിങ്ങളാണിന്നു നേതാവ്.

ഈ പ്രഭാതത്തിന് ഇരുട്ടാണ്
വേദഗ്രന്ഥം കാണാത്ത
താടിക്കാരുടെ ജനതയ്ക്ക്
കൂർക്കം പഠിപ്പിക്കുന്ന
കറുത്ത പ്രഭാതം

പള്ളിമുറ്റത്ത് കച്ചവടപ്പാട്ടുകൾ
ദേശാടനത്തിനു
തലമുറുക്കിപ്പാർക്കുന്നു
അയാൾ തന്റെ വിദുരനെ
മറ്റവന്റെ ബീഡിവലിച്ചു
കറുത്ത വായയിൽ കാണുന്നു.

ഈ പ്രഭാതത്തിൽ
അന്ധമായി പെരുകിയ
വയറും താങ്ങി നടക്കുന്നു.
അവൾക്കു പിന്നിൽ
പല വർണ്ണത്തിൽ
വാലുകളനവധി നീളുന്നു.

അങ്ങനെ,
കറുത്ത തലയന്മാരും
മുഴുത്ത വാലന്മാരും
ചേർന്നിരുന്നു
പഴുത്ത കണ്ണുകളുരുട്ടി
കോമ്പിച്ച പല്ലുകളെണ്ണുന്നു.

വിശപ്പിനെ പുറത്തേക്ക് വരയ്ക്കുന്ന ജീവികൾ

സുനിൽ കൃഷ്ണൻ

ചിലന്തിമാത്രമാണ്
വിശപ്പിനെ
വലക്കണ്ണികളായ്
വരച്ചുവെച്ച്
ക്യാൻവാസുപോലെ
വലിച്ചു കെട്ടുന്നത്.
തടയാനാവാത്ത
കുതിപ്പുകളായി
ചാട്ടങ്ങളായി
വരച്ചു മുറുക്കി
വെച്ചിട്ടുണ്ട്
വിശപ്പിനെ
പേശികളിൽ

കാട്ടുമൃഗങ്ങൾ

ഒരു മരമറവിൽ
ഇലപ്പുറകിൽ
തിരിവളവിൽ

വിശപ്പിനെ
വ്യാജമായ
ഏറ്റുമുട്ടലുകളുടെ
ചരിത്രമാക്കിയവർ
ഒറ്റുകളെ,
അപഹാരങ്ങളെ,
നീതിദേവതയുടെ
പുസ്തകമാക്കിയവർ

ചിലന്തികൾ
ഭാവനാശാലികൾ,
ചിത്രകാരന്മാർ

വിശപ്പിനെ
എഴുതി ഒട്ടിച്ചു വയ്ക്കുന്നു
ഇതര ജീവികൾ
പരിഹസിക്കുന്നു
വിശപ്പൊടുക്കാൻ
വരച്ചും എഴുതിയും
പൊട്ടുന്ന ക്യാൻവാസുകളിൽ
കണ്ണീച്ചകളെ
കുടുക്കാൻ
മെനക്കെടുന്നവർ

നിസ്സംഗത

വിപിൻ വാസുദേവൻ

ഭാണ്ഡക്കെട്ടിൽ മുഷിഞ്ഞ തുണികൾക്കും
പഴക്കമേറെ ചെന്ന,
വക്കുപൊട്ടിയ, സ്റ്റീൽ കിണ്ണത്തിനും അടിയിൽ
ഒളിച്ചിരിക്കുന്ന
പൊടിപിടിച്ച പുസ്തകങ്ങളിൽ
ഒന്നിൽ
നെരൂദ ഇങ്ങനെ എഴുതിയിരുന്നു
"വരൂ
ഈ തെരുവുകളിലെ രക്തം കാണൂ

വരൂ, കാണൂ
ഈ തെരുവുകളിലെ രക്തം കാണൂ
വരൂ, കാണൂ
ഈ തെരുവുകളിലെ രക്തം
വരൂ രക്തം കാണൂ
ഈ തെരുവുകളിലെ രക്തം!"

അതിനു മറുപടിയെന്നോണം
അടിയിലയാൾ ഇങ്ങനെ കുറിച്ചിട്ടു.
ഇന്ന് ക്ഷണിച്ചാൽ
തെരുവുകളിലെ രക്തം കാണാൻ വരുന്നത്
സിരകളിൽ രക്തയോട്ടം നിലച്ചവരാണ്
രക്തം കണ്ടു ഞെട്ടി
രണ്ടടി പുറകോട്ടു മാറി
തിരിഞ്ഞു നിന്ന് വെളുക്കെ ചിരിക്കാൻ
സങ്കോചമില്ലാത്തവർ
കത്തിയാളുന്ന വിശപ്പിനെയോ
അടഞ്ഞു പോകുന്ന വഴികളെക്കുറിച്ചോ
ഉള്ളിൽ പതഞ്ഞു പൊങ്ങുന്ന
ചുവന്ന ലാവയുള്ള
അഗ്നിപർവ്വതങ്ങളെപ്പറ്റിയോ
ചിറകുകൾ നഷ്ടപ്പെട്ട
കൂനിയിരിക്കുന്ന വയസ്സൻ കഴുകനെപ്പറ്റിയോ
വന്ധീകരിക്കപ്പെട്ട
കണ്ടൽ വനങ്ങളെപ്പറ്റിയോ
പറയാനില്ലാത്തവൾ

പുസ്തകം വീണ്ടും
ഭാണ്ഡത്തിൽ ഒളിച്ചു
കുറച്ചപ്പുറത്ത്
തെരുവ് ചെണ്ടയിൽ
അടിച്ചാർത്ത ശബ്ദം, പൊടുന്നനെ നിശ്ചലമായി.
നീണ്ട മുളങ്കമ്പിനറ്റത്ത്
ഗരുഢനായ് മാറിയ
മൂന്നു വയസ്സുകാരി

നിലത്തേക്കു പറന്നിറങ്ങി
തെരുവ് വീണ്ടും ചോര തുപ്പി
അതിലേ പറന്നുപോയ കാറ്റു മാത്രം
ഒന്നു വീശിയടിച്ചു പ്രതിഷേധിച്ചു.
നിശ്ചലം...

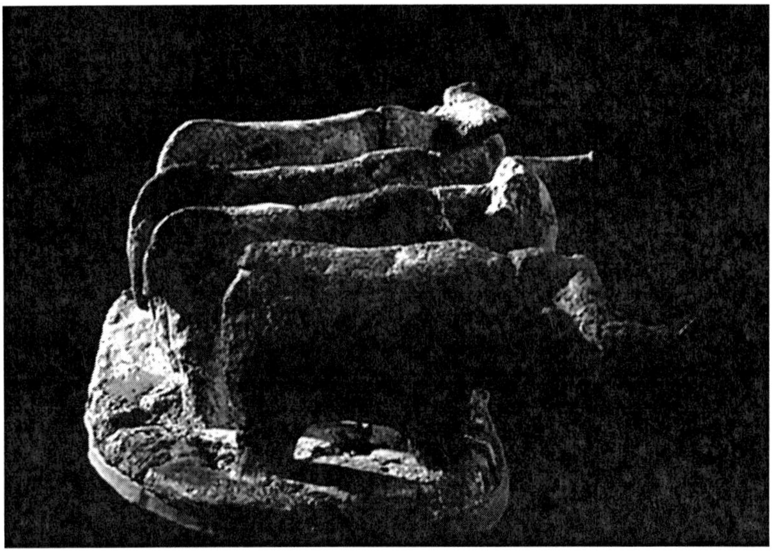

വാൽക്കണ്ണാടി

മുഹമ്മദ് അൻവർ

എന്റെയീ പതുപതുത്ത വിരൽത്തലപ്പുകൾ
ഒരു വാല്ക്കണ്ണാടിയാണ്.
നോക്കുന്നതെന്തും തെളിഞ്ഞു കാണുന്ന
മാന്ത്രികക്കണ്ണാടി.
ഇതിലൂടെ നോക്കി ഞാൻ
കാണുന്നു,
മെയിൻ റോഡിന്റെ ഓരത്ത്
വൻമതിലുകൾക്ക് മദ്ധ്യേ
ഒരാൾ പൊക്കത്തിലുള്ള ഗേറ്റിലൂടെ
ഇന്റർലോക്ക് പതിപ്പിച്ച
നീണ്ട നടപ്പാത കടന്ന്
പട്ടിക്കും കാവല്ക്കാരനുമപ്പുറം
എന്റെ ഇരുനിലവീട്.
വീട്ടിനുള്ളിൽ വിക്കുന്നു
സുഖശീതളിമയിൽ മുങ്ങി വിരാജിക്കുന്നു
ഞാൻ

വാല്ക്കണ്ണാടിയുടെ കാഴ്ചവട്ടം,
ചിലപ്പോൾ വീടോളം വലുതാകും
ചിലപ്പോൾ ചെറുതാകും
ഞാനോളം
എന്റെ വിരലോളം
ഒരണുവോളം
തീരെ കാഴ്ച ഇല്ലാതെയാകും
ചിലനേരം

വാല്ക്കണ്ണാടിയുടെ കാഴ്ചവട്ടത്തിനു
പുറത്തേക്കൊരു വഴിയുണ്ടായിരുന്നു
പുല്ലുമുളയ്ക്കാത്തൊരു വഴി
അമ്മ അച്ഛനെക്കാണാതെ
ചോറു പൊതിഞ്ഞു കൊടുത്തിരുന്ന വഴി

പിന്നെപിന്നെയാവഴിയിൽ പുല്ലു മുളച്ചു
വൻമരങ്ങളും കാടുകളുമുണ്ടായി
സിംഹവും കടുവയും
ആനയുമുണ്ടായി.

ഒരു ദിവസം ഒരാന
എന്റെ മതിലുപൊളിച്ചു

പിന്നൊരു ദിവസം ഒരാനക്കൂട്ടം
എന്റെ വീടുപൊളിച്ച്
എന്നെക്കൊന്നു.

വേലി

സൈനുദ്ദീൻ ഖുറേഷി

തപ്തമീ മണ്ണിൽ ജീവിതം നട്ടു നാം
വിയർപ്പൊഴിച്ചു നനച്ചു വളർത്തിയൊരു മരം
ഭൂഗോളമാകെപ്പടർന്നതിന് ചില്ലകൾ
തളിരേകി തണലേകി വളരുന്നതെങ്കിലും
തന്നിലേക്കൊരു പത്രത്തിന് ചെറിയ
തണലു നല്കാതെയെന്ന് മന:ക്കാഴ്ചകൾ

മറച്ചു ശാഖകൾ; ദൃഷ്ടിയിലിരുട്ടിന്റെ
ഭഗ്ന ചിന്തുകൾ പാവുന്നു...

ആലയാണിതു കരുവാന്റെ
തീയണയാത്തുലയാണിതിൽ
പതംവന്ന ലോഹവും പ്രഹരത്താൽ
ബഹുരൂപങ്ങളായപരന്റെ കൈകളിൽ
ആയുധമായൊടുവിൽ തുരുമ്പിന്

അധിനിവേശങ്ങളിൽ നിറം മങ്ങി, പിന്നെയും
പരിവൃത്തികൾക്കായുലകളിലുരുകിയുരുകി
പുനർജ്ജനിക്കുന്നു പുതു ശസ്ത്രമായ്... !!!

പരശുഭോഗത്താലുന്മത്തയാം കടല്
പെറ്റിട്ട പുളിനങ്ങളിൽ തീ നടും
പുതുപൗത്രഗണ വിക്രിയകളിലീറയായ്
പിറകൊള്ളുമിനി സംഹാര മൂർത്തിയായ്
ബലാല്കാരത്തിന് തിക്ത സ്മൃതികളെ
സ്നിഗ്ദ്ധ പീഢനസ്മരണയായയവിറക്കുന്നവൾ!
നിർനിശിത മഴുവിന് പിടി പോലുമോർമ്മയായ്
നീലജലാശയ ഗർഭങ്ങളിൽ പണ്ടു പണ്ടേ... !!
നിർദ്ദോഷത്തലകളറുത്ത കുരുതിയുടെ
നിണം വാർന്നൂർവ്വരമാം നെഞ്ചിൽ
കാളിയമർദ്ദനമാടിത്തിമിർക്കുന്നു മക്കൾ!!

ആരെറിഞ്ഞു മഴുവാലറ്റു പോയ നന്മയുടെ
പ്രണയനിറമുള്ള മൃദു ചെമ്പനീർ ചെടികൾ...?
ഏതേതു വേലിയേറ്റങ്ങളീ കരകളിൽ

കയ്പു കിനിയുമുപ്പളങ്ങളവശേഷമാക്കി...?
ചോരവീണു കുതിർന്ന മണ്ണിലങ്കുരിപ്പതു
ചോരനിറമുള്ള പൂക്കളതിൽ വമിപ്പതു
ചേതനയറ്റയുടലിന് ശവഗന്ധമതെങ്കിലോ
ചാവേറുകൾ ചുട്ടെടുത്ത പച്ച മനുഷ്യരും... !!!

ശൂന്യതയിലാത്മാക്കൾ കുമ്പസരിച്ചു
കരയുന്ന കണ്ണീർ മഴയായി പെയ്യുന്നു.
ഇവനെന്റെ മകനല്ലെന്നുറക്കെ പറഞ്ഞുള്ളിൽ
കരഞ്ഞു ധീര ദേശാഭിമാനിയാമമ്മയും പെയ്യുന്നു.
യാത്രാമൊഴികളവശേഷിപ്പിച്ചു
മറുമൊഴിക്ക് കാതു നില്ക്കാതെ

പടിയിറങ്ങിയ പഥികരെ കാത്ത്
പാതയിൽ മിഴിനട്ട് കണ്ണീരു പെയ്യുന്നവർ
മുലപ്പാൽ ചോരയായ് നുണയും മക്കളെ കാത്ത്
പെരുമഴപെയ്ത്തിന് തോരാത്ത മിഴികളിൽ...!!!

പഴയൊരു ചർക്കയിൽ
പഴഞ്ചനൊരു വൃദ്ധ,നർദ്ധനഗ്നൻ
പരിത്യാഗങ്ങളാൽ നൂറ്റെടുത്താശയുടെ
പട്ടുനൂലുകൾ നിറംമങ്ങി...
ജീവിതമൂറ്റിയെടുത്ത ചോരയിൽ തളിരിട്ട
നിറമുള്ള പൂക്കളും കരിഞ്ഞു...
തായ്വേരറ്റ ചെടികളും ശേഷാഗ്രങ്ങളിൽ
ദുരമൂത്ത കീടങ്ങളും...

പുരാണങ്ങളിൽ ചത്തുമലച്ച
പ്രാണനാഥന്റെ ദീനപ്രണയിനിയല്ല;

സർവ്വം സഹയാം ധരിത്രി, എൻ മാറിലെ

ചൂടും തണുപ്പും മുലകളിൽ ചുരത്തും
പാലുമെൻ സിരകളിലെ നീരുമെൻ
മക്കൾക്കൊരുപോലോരേ അളവിൽ
ജാതിമത വർണ്ണ വൈജാത്യങ്ങളാലെൻ
നെഞ്ച് പിളർന്നതിരു കീറി വേലികളിട്ടാൽ

ഓർക്കുക, ഒരു ശാപത്തിന് പ്രകമ്പനങ്ങളെ
താങ്ങാനരുതാതെയീ ഗർത്തങ്ങളിൽ
ഒടുങ്ങിയമരും ദിഗന്തങ്ങൾ പോലും.

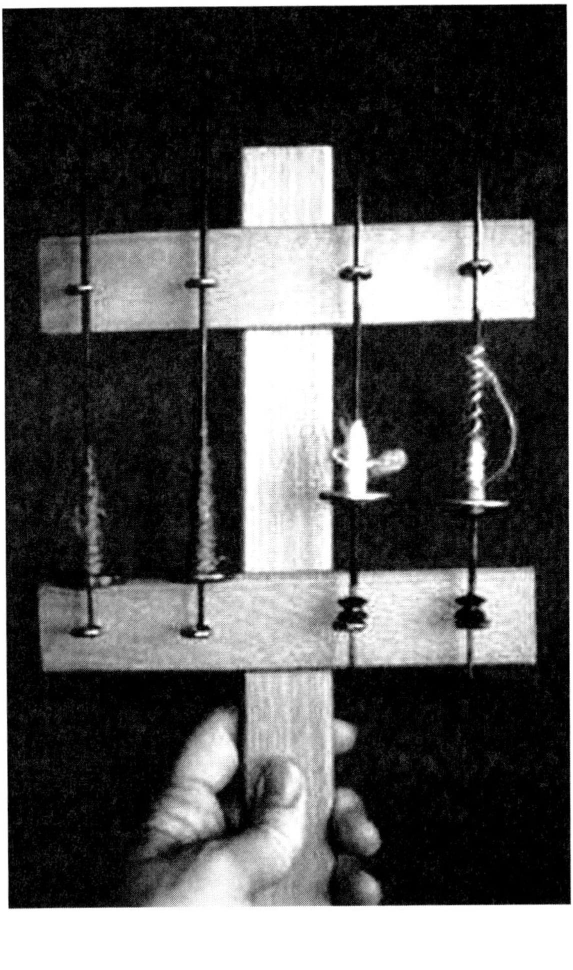

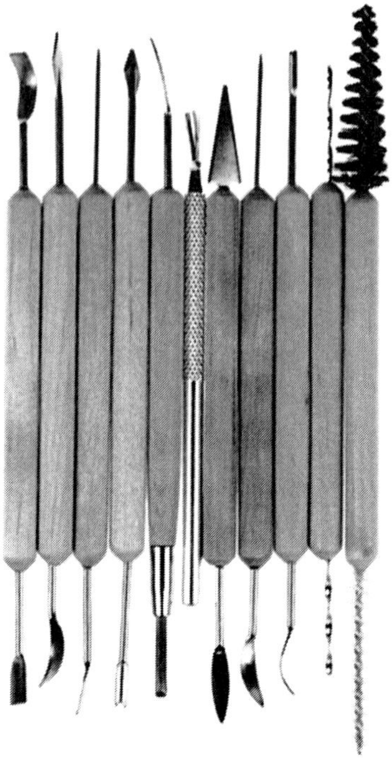

കണ്ണേട്ടന്റെ മുണ്ട്

പി ഹരികുമാർ

1

പഴങ്കഥയാണ്.
അറുപതെഴുപതുകളിലെ

ഞങ്ങൾ
ഗിർഗാവിലെ മില്ലുകളിൽ
ചോറ് വിളയിച്ചിരുന്നു.
ലേത്തും, സ്പാനറും ശീലിച്ചവർ.
റമിങ്ടണിൽ വിരലോടിച്ചവർ.
പിറ്റ്മാന്റെ ഈണം സാധകം ചെയ്തവർ.
രമണനും, ബാല്യകാലസഖിയും

നെഞ്ചോടമർത്തി
അമ്മത്തണൽ വിട്ട്
വറുതിക്കറുതി തേടിയോർ.
പെറ്റനാടിനും, പെട്ട നാടിനും
കൊടി ഒരുപോലെ വീശിയോർ.
ചുവപ്പ് ശ്വസിച്ച് മത്തു പിടിച്ചവർ.
എങ്ങുമാ നറുമണം പടരുമെന്നോർത്തവർ.

2

പട്ടണത്തിലാദ്യമായ് പുലികേറിയപ്പോൾ
ആയുധമറിയാതെ അന്തിച്ചു നിന്നവർ.
പുലി കടിച്ചു മുണ്ടുകളൊക്കെ തുണ്ടമായപ്പോൾ
കണ്ണേട്ടൻ മടക്കിക്കുത്തി മുന്നിൽ നിന്നു;
എണ്ണക്കറുപ്പിനെതിരേ പുലി മുരണ്ടപ്പോൾ
കണ്ണേട്ടൻ ഇരു കൊമ്പുകളും ചിരിച്ചു പിരിച്ചു.
ഞങ്ങൾ വിറച്ചു പനിച്ചു.

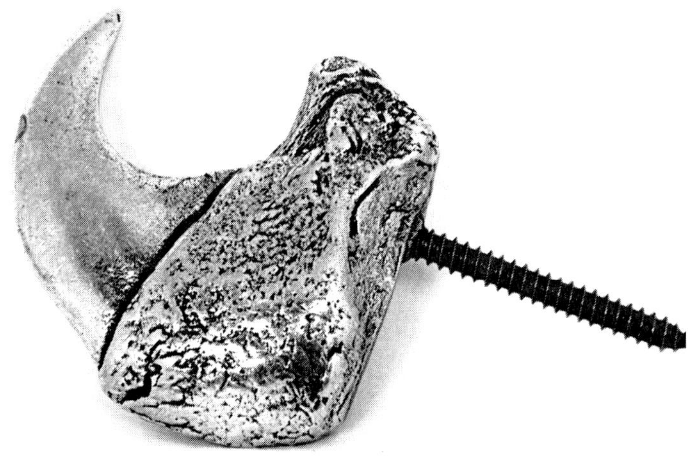

3

കാമാഠിത്തെരുവിലെ തൊഴിലാളികൾക്ക്
കൈ കൊടുക്കുവാൻ പോയ
ബംഗാളി സഖാവും,
സഖാവിന് രാത്രി കാവൽ പോയ കണ്ണേട്ടനും
തിരികെ വന്നില്ല.
പുലി നഖം കീറിപ്പൊളിച്ച തുണ്ടു ദേഹങ്ങൾ
പോസ്റ്റുമാർട്ടത്തിൽ തുറന്നുവെച്ചപ്പോൾ
സഖാവിന്റെ അടിമുടി ചുവപ്പൂറി നിന്നു.
കണ്ണേട്ടന്റേത്
കൈത്തറിയിഴപോലെ കട്ടിയായിരുന്നു;
കണ്ണൂരിന്റെ ...!